நிலவில் ஓர் வானவில்

லெனிகிரீன் கே பி

முன்னுரை

இன்றைய தலைமுறைகள்நம் முடைய பாரம்பரியத்தையே விட்டு தொலைவில் சென்று கொண்டிருக்கின்றனர். உணவு, உடை, மொழி என அனைத்திலும் பிற நாட்டவரையே நாடிச் செல்லும் காலமாக மாறிக் கொண்டிருக்கிறது. தமிழின் அழகும் கவியின் சிறப்பும் எவரையும் விட்டு வைக்காது அப்படி என்னை கவர்ந்த, என் உள்ளத்தில் தோன்றியதை, எண்ணத்தில் கொண்டு வந்து என் உணர்வுகளை எழுதியுள்ளேன். இது வாழ்வில் வரும்தடங்கல்களை கடந்து செல்ல இந்த புத்தகம் உதவிகரமாக இருக்கும். இது காதலும், இன்பமும், துன்பமும், தற்போதைய நாட்டின் நிலைமையும் கருத்தில் கொண்டு வாசகர்களாகிய உங்களுக்காக எனது கவிதை நயத்தை படைத்துள்ளேன். படித்துவிட்டு உங்களுடைய கருத்துக்களை தெரியப்படுத்தி என்னை ஊக்கப்படுத்துங்கள் (leneeygreenclt@gmail.com). இவ் புத்தகத்தை எனது தாய், தந்தை, உறவினர்கள் மற்றும் நண்பர்கள் ஆகிய அனைவருக்கும் சமர்ப்பிக்கின்றேன்.

இப்படிக்கு,

லெனிகிரீன் கே பி

1. காதலின் அர்த்தம்

உன் நினைவுகள் என் மனதிலும்

உன் மனதில் என் நினைவுகளும்

உன் மூச்சில் என் காற்றும்

உன் காற்றில் என் மூச்சும்

உன் கனவில் என் முகமும்

உன் முகம் என் கனவிலும்

உன் வார்த்தை என்காதிலும்

உன் காதில் என் வார்த்தையும்

என் இதயம் உன்னிடத்தும்

உன் இதயம் என்னிடத்தும்

உன்னிலும் என்னிலும் வருவது தான் ச

லெனிகிரீன் கே பி

2. நான் மனிதனாவேன்

இந்திரனுக்கும் இந்துமதிக்கும்
பிறந்தால் நான்
இந்துவானேன்,
முகமதுக்கும் மும்தாஜிக்கும்
பிறந்தால் நான்
முஸ்லீமானேன்,
கிறிஸ்டோபருக்கும் கிறிஸ்டினாக்கும்
பிறந்தால் நான்
கிறிஸ்தவனானேன்,
யார் யாருக்கு பிறந்தால்
நான் மனிதனாவேன்.

லெனிகிரீன் கே பி

3. அழகு

கடலுக்கு அலை அழகு

வானிற்கு நிலவு அழகு

காற்றுக்கு தென்றலழகு

கவிதைக்கு நயம் அழகு

பெண்ணிற்கு நீ அழகு

காதலருக்கு நாம் அழகு

வாழ்வுக்கு நம் மகிழ் அழகு

தலைமுறைக்கு குழந்தை அழகு

கடமைக்கு நல் வளர்ப்பு அழகு

அழகை நேசித்தால் உலகமே

அழகாய் தெரியும் குறையை தவிர்த்து.

லெனிகிரீன் கே பி

4. காற்று

இயற்கையின் காதலியே

நீ இல்லையேல் சுவாசிக்க இயலாதோ

தடையின்றி விடுதலை உலா வரும் ஜீவனோ

அமைதியில் நீ சாதாரண காற்று

மகிழ்வினில் நீ தென்றல் காற்று

சினத்தில் நீ புயல் காற்று

காற்றே உனக்குள்ளும் இத்தனை குணங்களா?

லெனிகிரீன் கே பி

5. ரோஜா

பற்பல வண்ணங்களில்பளிச்சிடும்

உன் அழகுமேனி காட்டி என்னை கவர்ந்து விட்டாயே

வெள்ளை நிற வெண்மை நீர்த்துளி

உன்மேல் படிந்திருக்கும் பொழுது

நீ வீதியில் உலா வந்த வெண்ணிலா போல் உள்ளாயே

என்று நான் உன் அருகினில் வந்து

உன்னை பறித்து முத்தமிட முற்பட்டேன்

ஏனோ உன் காதலன் முள்

என்னை பழித்திருத்து விட்டான்

வாழ்க உன் காதல்.

லெனிகிரீன் கே பி

6. அன்பின்- வகைகள்

இறைவனிடம் கொண்ட அன்பு புனிதமானது

தாய், தந்தையிடம் கொண்ட அன்பு அலாதியானது

காதலியிடம் கொண்ட அன்பு அழகானது

நண்பர்களிடம் கொண்ட அன்பு இனிமையானது

இயற்கையுடன் கொண்ட அன்பு தேவைக்கானது.

லெனிகிரீன் கே பி

7. உன்னால்

அன்பே உன் உடையினை கண்ட

மையில் நடனமிட மறந்தது

உன்   எழிலை கண்ட மேகம்

மலைச்சருவினில் மறைந்தது

உன் குரலை நீ கேட்ட குயில்

கானமிட மறந்தது

உன் அழகினைக் கண்ட ரதிதேவி

தலை வணங்கினாள்

ஆனால் உன் மொத்த அழகை கண்(

என் உயிரே உன்னைத் தேடி அலைந்தது!

லெனிகிரீன் கே பி

8. புறப்படு

இளைஞனே ஒரு காலம் வரும் என ஒதுங்கி நிற்காதே

பல காலங்கள் உன் பார்வையில் தானே கடந்தன

கடந்த காலத்தை நினைத்து கலங்காதே

எதிர்காலம் எனது என்று ஏமாந்து விடாதே

நிகழ்காலத்தை பயன்படுத்திக் கொள்

உன் வாழ்வு வசந்தமாகும்.

லெனிகிரீன் கே பி

9. காகித பூ

அன்பே இதயம் என்னும் ரோஜா

என் கரங்களில் கண்டேன்

நான் அதில் அன்பு மனம் வீசும் என்று நுகர்ந்தேன்

ஆனால் மணக்கவில்லை ஏனென்றால்

காகித பூ.

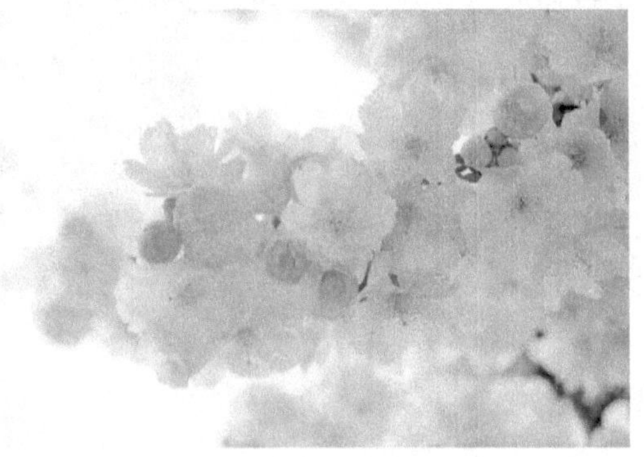

லெனிகிரீன் கே பி

10. கண்

ஆனந்தத்தின் உயர்வினையும்
சோகத்தின் தாழ்வினையும்
உதவும் கையினையும்
காதலின் வார்த்தையையும்
காமத்தின் பார்வையினையும்
கண்பேசும்,கண்பேசும்
ஆனால், நீ யாரென்றும் கண் பேசும்.

லெனிகிரீன் கே பி

11. கைதி

எவ்வித பிழையும் செய்யாமல் கைதியானேன்

உன் மனச்சிறையின் கைதியாக

அதும் ஆயுள் தண்டனை கைதியாக இருப்பது

தான் எந்தன் விருப்பம்.

லெனிகிரீன் கே பி

12.   மழையின் எண்ணிக்கை

விழும் மழைத்துளியை

வானிலிருந்துளவராலும் என்னை இயலாது

ஆனால் என்னால் இயலும்

உன் இரு கண்களில் இருந்து விழும்

அந்த ஒரு சொட்டு கண்ணீர் துளி!.

லெனிகிரீன் கே பி

13.   என் அன்பு

பூ உதிர்ந்தாலும், புல் காய்ந்தாலும்,

வான் மறைந்தாலும், வறுமை வாட்டினாலும்,

நீர் வற்றினாலும், தேன் பூலித்தாலும்,

தாமரை மூழ்கினாலும்,

கடல் அலை ஓய்ந்தாலும்,

என்றும் ஓயாது, வாடாது என் அன்பு.

லெனிகிரீன் கே பி

14. ஒர் உள்ளம்

அன்பிற்கு ஒர் உள்ளம்

ஆனந்தத்திற்கு ஒர் உள்ளம்

துன்பத்தின் பொழுது ஒர் உள்ளம்

ஊக்கப்படுத்த ஒர் உள்ளம்

வாழ்வின் முன்னேற்றத்தில் ஒர் உள்ளம்

இவ்பயணத்தில் ஒர் உள்ளம்கிடைத்தால்

இந்த உலகமும் ஒர் சொர்க்கம் தான்.

லெனிகிரீன் கே பி

15. கண்ணீர்

மகிழ்வில் வருவது
ஆனந்த கண்ணீர்
அர்த்தமில்லா பிரிவில்
காதல் கண்ணீர்
இறப்பின் பிரிவில்
வேதனை கண்ணீர்
கண்ணீருக்கும் இத்தனை முகங்கள்.

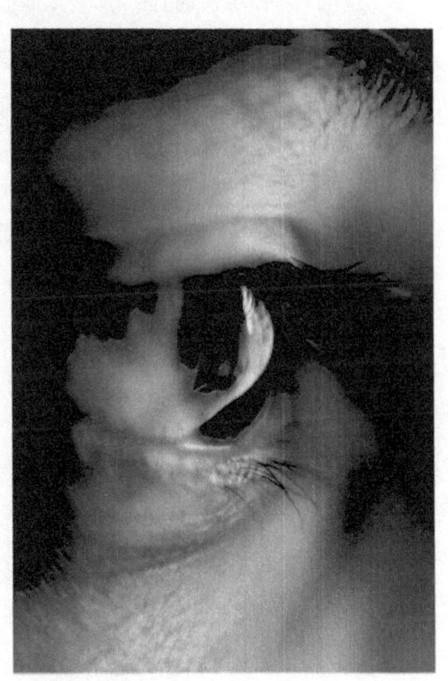

லெனிகிரீன் கே பி

16.   வறுமை

பத்து திங்கள் தன் வயிற்றில் சுமந்தவள்

பதினொன்றாம் திங்கள் குப்பைத் தொட்டியை

சுமக்க வைத்து விட்டாள்.

நிலவில் ஒர் வானவில்

லெனிகிரீன் கே பி

17. நடப்பதில்லை

இவ்வுலகில் நாம் நினைப்பது
யாருக்கும் நடப்பதில்லை
நடந்தாலும் முழுமை இல்லை
எதையும் நினையாமல் இருப்பதும் இல்லை

லெனிகிரீன் கே பி

18. நீரோடை

சிறு சிறு ஓடைகளாகி ஆறாக மாற்றமடைந்து

வெள்ளி நிறத்தில் தத்தி தாவி ஓடும் நீரோடையே

எங்கு போகிறாய் என தெரிந்துதான் போகிறாயா?

செல்வதும் செல்கிறாய் மானுடனுக்கு பயனுள்ள வகையில் பயணம்
செய் வீணாக கடல் நீரில் கலந்து விடாதே!

லெனிகிரீன் கே பி

19. முகமூடி

அன்று மாசிலிருந்து காக்க முகத்தை மூடி சென்று

பின்பு தந்தைக்கு பயந்து முகத்தை மூடி

காதலனுடன் செல்லும் காலமாக மாறி

இன்று காதலனுக்கு பயந்து முகத்தை மூடி செல்லும்

காலமாக மாறிவிட்டது

லெனிகிரீன் கே பி

20. அழகு

அழகின் பெயர்தான் நீ என்று பொய் கூற மாட்டேன்

உன்னால் தான் அழகு என்ற பெயரே வந்தது என்பேன்

லெனிகிரீன் கே பி

21. தனிமை

யாரும் இல்லா தன்னந்தனி

காட்டினில் கூட தனிமையில் இருந்து விடலாம்

இவ் சமுதாயத்தின் இடையில் தனிமையாக இருப்பது

அதனைக் காட்டிலும் கொடுமையானது.

லெனிகிரீன் கே பி

22. உறவு

உடலுக்கு ஏதாவது ஆனால் கண்கலங்கும்

கண்கலங்கினால் கை துடைக்கும்

இதுதான் உண்மையான உறவு

இப்படி இருப்பது தான் உண்மையான நட்பு.

லெனிகிரீன் கே பி

23. இயக்கம்

உன் இனத்தையே முன்னணி என்று இயக்கம் நடத்துகிறாயே

உன் இனத்திலும் ஏழை இருக்கிறான்

அவனை முன்னுக்கு கொண்டு வா

பிறகு உன் இனத்தின் முன்னணி செய்யலாம்.

லெனிகிரீன் கே பி

24. துரோகி

பரம பிதா இயேசுவிற்கு தன் சீடன் யூதாஸ் துரோகி

பாரதப்பிதா காந்திக்கு தன் தொண்டன் கோட்சே துரோகி

பாரத அன்னை இந்திரா காந்திக்கு தன் காவலன் துரோகி

என் பாரத நாட்டிற்கு அரசியல்வாதி நீயல்லவா துரோகி.

லெனிகிரீன் கே பி

25. கற்பு

பெண்ணின் உறுப்பில் உள்ள இடம்பெறாத

அபூர்வ வார்த்தை தான் கற்பு

அது ஏனோ பெண்ணிற்கு முக்கியம் என கருதப்படுகிறது

ஆனால் இந்த காலத்து பெண்களுக்கு அது தெரியவில்லை

காதல் செய்வதை தவிர்த்து.

லெனிகிரீன் கே பி

26. காதலுக்கும் இறப்பு

காதலுக்கு இறப்பு இல்லை என்று கூறுவர்

ஆனால் நான் கூறுகிறேன் உண்டு

ஏனென்றால் காதலர்கள், காதலர் கூறிய

வரம்பை மீறும் பொழுது

ஒவ்வொரு முறையும் இறக்கிறது.

லெனிகிரீன் கே பி

27. முத்தம்

அன்றோ அன்பினை வெளிப்படுத்துவதின் அடையாளம்

இன்றோகாதல் அசிங்கத்தின் அடையாளம்

லெனிகிரீன் கே பி

28. காதலி

என் மூச்சில் கலந்து குருதிகள் இணைந்து

உடல் முழுவதும் பரவிய உன் நினைவும்

முழு நிலவில்சிற்பமாய் செதுக்கி எடுத்த

உன் தேவதை முகமும்

என்னை எந்த காரணமும் சொல்லாமலே தொல்ல

உன்னை பார்க்காமல் இருக்கலாம் என நினைத்தாலும்

கண்கள் உன்னை தேடுகிறது

நினைக்க வேண்டாம் என நினைத்தாலும்

மனது உன்னை மட்டுமே நினைக்கிறது

உன்னை காதலிக்க வேண்டாம் என உதடு கூறினாலும்

மனது கூற மறுக்கிறது

ஏனோதெரியவில்லை உன்னை எனக்கு பிடித்ததை விட

என் உடலுக்கு உன்னை பிடித்து விட்டது

நீ என்னை பிரிந்தால் நான் இறக்காவிட்டாலும்

லெனிகிரீன் கே பி

29.   ஆர்வம்

வாழ்வினில் எதற்கும் இத்தகைய ஆர்வத்தை கண்டதில்லை

உன்னைக் காண காத்திருக்கும் ஆர்வத்தை தவிர

லெனிகிரீன் கே பி

30. சிலை

சிலைக்கும் உணர்ச்சி உண்டு என்பதை மறந்தேன்
உன்னை பார்த்த பொழுதினில்.

லெனிகிரீன் கே பி

31. பெண்ணின் மடி

துன்பம் நேர்ந்தாலும், இன்பம் நேர்ந்தாலும்

விரும்பும் பெண்ணின் மடி போதுமே

துன்பம் பயந்து ஓடும் இன்பம் பல மடங்காவும்.

லெனிகிரீன் கே பி

32.   அழகு - சாதனம்

நிறத்தில் அழகு தோன்றுவதில்லை

எல்லா பெண்களும் அழகு தான்

அவர்கள் அலங்கரிக்கும் அலங்காரம்

அவளை அழகாக காட்டும்

மற்றொன்று அவர்களுடைய குணம்

அழகாக எடுத்துக்காட்டும்.

லெனிகிரீன் கே பி

33. தெரியவில்லை

இளம் தென்றல் காற்றில் மிதந்து கொண்டு

கனவில் வாழ்ந்த கற்பனைகள்பல

அதைக் கூற என்னிடம் வார்த்தை உண்டு எழுத்துக்கள் இல்லை

பேச உதடுஉண்டு ஆனால் பேச்சு இல்லை

இவையெல்லாம் உன்னிடம் கூற ஆசை உண்டு

ஆனால் உன்னிடம் என் மீது காதல் உண்டா

என்பது தெரியவில்லை.

லெனிகிரீன் கே பி

34. வெண்பனி இதழ்

வெண் பனியினால் நனைந்ததோ

உன் இதழ் என்று எண்ணி இருந்தேன்

ஆனால் உன் இதழை தீண்டுகையில் தான்

வெண் பனியே உன் இதழ் என்று உணர்ந்தேன்

லெனிகிரீன் கே பி

35.   அன்னை தெரேசா

எல்லா உயிரையும் அன்பு செய்யலாம்

என எடுத்துக்காட்ட இறைவன் அனுப்பிய புனிதையே

தொழு நோயாளியை தொட்டு பணிவிடை செய்த தேவதையே

எந்த ஒரு பாகுபாடு இன்றி அன்பிலும் பனிவிலும்

கடவுள் நம்பிக்கையிலும் எதிலும் சிறந்து விளங்கியவரே

ஒரு தாய் தான் ஈன்றும் குழந்தைக்கு தாய் ஆவாள்

ஆனால் நீங்கள் ஈன்றாமலே உலகில் உள்ள அனைவருக்கும்
தாயானீர்இப்படிப்பட்ட வரம் இனி யாருக்கு கிடைக்கும்

நீரே மீண்டும் பூமிக்கு பிறந்து வந்தால் தான் முடியும்

உங்கள் வருகைக்காக உங்கள் மகன்.

லெனிகிரீன் கே பி

36.   என்ன வித்தியாசம்

தன் நாட்டுக்குள்ளேயே பல சாதிகள் பார்க்கும் பொழுது

மற்ற மாநிலத்துக்காரன் வேறொரு மாநிலத்துக்காரன்

என பார்க்காமல் என்ன செய்வான்

முதலில் உன் நாட்டில் சாதியை ஒழித்து

ஒற்றுமை நிலை நாட்டு

பிறகு சாதியைப் பற்றி பேசுபவன்

எப்படி பேசுவான் என்பதை பார்க்கலாம்

லெனிகிரீன் கே பி

37.   மது தயாரிப்பாளன்

மது உறுப்புக்கொல்லி மருந்தாக உடலில் நுழைந்து

உறுப்பை பாதித்து மூளையை தன் வசப்படுத்தி

குடும்பத்தை நடுத்தெருவில் சண்டையிட செய்து

சமூகத்தில் குடிகாரன் என்ற பட்டம் வாங்கி கொடுத்து

கடைசியில் அவனுக்கு ஒரு பயணச்சீட்டு

மேலோகத்திற்கு பெற்றுக் கொடுத்துவிட்டு

ஒருவனின் வாழ்க்கையை கெடுத்து, அடுத்தவன்

வாழ்க்கையை நாசம் செய்ய கிளம்புகிறாயே

மதுவே உன்னை சொல்லி குற்றமில்லை

எத்தனை குடும்பங்களின் வாழ்வை அழித்து இருப்பான்

இத்தனை பேரின் வாழ்வின் கெடுத்தவனின்

வாழ்க்கை எப்படி இருக்கும் நினைத்தால் தான் பாவம்

லெனிகிரீன் கே பி

38. சாதிக் கல்லறை

உயர்ந்தவன், தாழ்ந்தவன்

மேல் குலத்தவன், கீழ்குலத்தவன்

உயர்ந்த சாதி, தாழ்ந்த சாதி

இந்தக் கொடுமைகள் இல்லா

பொது இல்லம் தான் கல்லறை

நீ எவனாக இருந்தாலும்

இறுதியில் கல்லறை தான் உனக்கு

என்பதை நினைத்துப் பார்

இந்த கொடுமைகளைப் பற்றி

நினைத்துப் பார்க்க மாட்டாய்

லெனிகிரீன் கே பி

39. சாதி தீ

இறைவன் மனிதனைப் படைத்தான்

அவனது தேவைக்கு சகல வசதியை கொடுத்தான்

ஆனால் இவன் இறைவனையே பல பங்கு போட்டான்

மனித இனத்திற்குள்ளேயே உயர்ந்தவன் தாழ்ந்தவன்

என பல பிரிவினைகளை பிரித்துக் கொண்டான்

அதில் வசிக்கும் இடத்திலிருந்து கடவுளை வழிபடுவதில் இருந்து திருமணம், காதல் என அனைத்திலும்

தனது சாதி வெறியை காட்டினான்

ஆனால் இறைவன் கற்பித்ததோ

அன்பு, நன்மை, அறம் செய் என்றுதான்

எவனோ தன் சுயநலத்திற்காக பற்ற வைத்த

'சாதி தீ' இன்றும் எரிந்து கொண்டிருக்கிறது

லெனிகிரீன் கே பி

40. வேண்டுதல்

இறைவனிடம் வேண்டினேன் அழகான பெண்ணை

எனக்கு கிடைக்க வேண்டும் என்று

பின்பு அவளைப் பார்த்தவுடன் பல கனவுகள் கண்டு

இவளை தான் எனக்கு என்று கேட்டேன்

அவளிடம் இருந்து வந்த பதிலோ வேண்டாம் என்று

வேண்டியது இறைவனுக்கு கேட்கவில்லை போல

இறுதியாக ஒன்று கேட்கிறேன் அவள் ஞாபகமாவது

என்றும் என்னை விட்டு செல்லக்கூடாது என்று.

லெனிகிரீன் கே பி

41.   தாமரை

தாமரையே நீ ஏன் நீரிலேமிதக்கிறாய்

துடுப்பைக்கொண்டு நீந்தலாமே

ஓ உன் காதலன் வருவதாக கூறியிருப்பான்

போலும் வருவான் காத்திரு.

லெனிகிரீன் கே பி

42.   முக்கியத்துவம்

அன்று ஆணுக்கு இருந்த முக்கியத்துவம்

பெண்ணிற்கு இல்லை

ஆனால் இன்று பெண்ணிற்கும் முக்கியத்துவம்

ஆணிற்கில்லை

எதிலும் அனைத்திலும்.

லெனிகிறீன் கே பி

43. பிரிவு

கண்கள் திறந்தேன் கவியாயின

கண்ணீர் துளிகள் பிரிவு என்னும் மூன்றெழுத்தை எண்ணி

அன்பினால் இணைந்து பண்பினால் பழகி

அறிவினால் வெற்றிக்கண்டு

ஆறுதலான வார்த்தை சொல்லி

வாழ்ந்த நாட்கள் மறக்கக் கூடுமோ

லெனிகிரீன் கே பி

44. ஏழாவது சுவை

மதுவோ கசப்பு

அதை அருந்துபவனக்கோ இனிப்பு

பார்ப்பவனக்கோ துவர்ப்பு

மனைவிக்கோ அவன் மேலையோபுளிப்பு

வீட்டின் நிலைமையோ கார்ப்பு

இறுதியில் நான் வாழ்க்கையோ உவர்ப்பு

லெனிகிரீன் கே பி

45. விழிமூடி

விழிமூடி இருந்தேன் உன்னை காண வேண்டும் என்று

கனவில் அல்ல

ஏனென்றால் கனவில் உன் முகம் கனவாக போய்விடும் விடாமல்

நிஜமாக வேண்டும் என்பதற்காக

லெனிகிரீன் கே பி

46. நேரம்

கழிவது ஒரு நாளின் நேரம் அல்ல

ஒரு வாரத்தின் நேரமும் அல்ல

ஒரு மாதத்தின் நேரமும் அல்ல

ஒரு வருடத்தின் நேரமும் அல்ல

கழிவது உன் வாழ்வின் நேரம்

லெனிகிரீன் கே பி

47. பெண்ணே

நீ பிறந்தவுடன் ஆபத்தும் உன் கூடயே பிறந்தது

தலைமைக்கு ஒரு பிரதீபா

வீரத்திற்கு ஒரு கல்பனா

கருணைக்கு ஒரு அன்னை தெரேசா

கோபத்திற்கு ஒரு கண்ணகி

அரசியலுக்கு ஒரு மம்தா

காவலின் அதிகாரத்திற்கு ஒரு கிரண்பேடி

என்று அனைத்து துறையிலும் சாதித்தது பெண்களே

நீயும் சாதிக்க பிறந்தவள் தான்

என்பதை மறந்து விடாதே.

லெனிகிரீன் கே பி

48. அன்பு

வார்த்தையால் கூற இயலாது

எழுத்தால் எழுத முடியாது

அனைவரிடத்தும் காட்ட இயலும்

என்றால் அது அன்பு தான்

தவிக்கும் உள்ளத்திற்கும்தேவையும்

அன்புத்தான்

லெனிகிரீன் கே பி

49. நம் காதல்

பெண்ணே நீ இருசக்கர வாகனத்தில்

கட்டியணைத்து வர வேண்டாம்

சினிமாவுக்குச் சென்று பார்க்க வேண்டாம்

பொது இடங்களில் கண்டதையும்செய்ய வேண்டாம்

நீ நீயாக இரு ஆனால் என்னுடன் இரு

காதல் என்பது மேற்கண்டது போல அல்ல

அவையெல்லாம் பொழுதுபோக்கிற்காக

உண்மையான காதல் வேறு.

லெனிகிரீன் கே பி

50.   இமை

இறைவன் என்னிடம் வரம் தருவேன் என்றால்

நான் உன் இமையாக வேண்டும் என்பேன்

ஏனெனில் மொத்த அழகையும் உள்ளடக்கிய

உன் கண்ணை ஒட்டி உரசும் பாக்கியம்

அதற்குத்தான் உள்ளது.

லெனிகிரீன் கே பி

51. தலையணை

கண்ணீர் ஒவ்வொரு தனி நபரின் சோகத்தை வெளிப்படுத்தும்

அந்த மன வலியைதலையணைக்கு மட்டுமே அறிந்திருக்கும்

லெனிகிரீன் கே பி

52.   மாற்றுத்திறனாளி

கண்களின் மௌன வார்த்தை காதலின் சிறப்பு

அழகிய பணிவோடு பேசும் வார்த்தை அடக்கம் உள்ளவரின் சிறப்பு

கை ஜாடையினால் பேசும் வார்த்தை மாற்றுத்திறனாளியின் சிறப்பு

நிஜம் தான் உலகினை மாற்றும் திறனாளி தான் நீ

இது மாற்றும் திறனாளியின் சிறப்பு.

லெனிகிரீன் கே பி

53.   கனவே ஒரு வரம் தா

ஒரு மனிதனைக் கூட விட்டு வைக்காமல் பரவி கிடக்கிறாய்

நானும் அவர்கள் போல் தான்

தினமும் உன்னை நினைக்காத நாட்களே இல்லை

என் அனுமதியின்றி என்னிடம் வந்து செல்கிறாய்

இவ்வளவு உரிமையோடு இருக்கும்

உன்னிடம் ஒரு வரம் கேட்கிறேன்

இனியாவது கனவு கனவாக இல்லாமல்

நினைவாக வேண்டும் என்று.

லெனிகிரீன் கே பி

54. நேரத்தின் குறை

நேரத்தில் நல்ல நேரம் கெட்ட நேரம் பார்க்கும் மானிடனே

எந்த நேரத்தில் எந்த செயலை செய்ய

என அறியாமல் செய்வதால் தான்

அது வருத்தத்தில் சென்று முடிகிறது

நம்மில் தவறை வைத்துக் கொண்டு

நேரத்தை குறை சொல்வது எந்த விதத்தில் நியாயம்.

லெனிகிரீன் கே பி

55. வாசம்

வாசம் பூக்களுக்கு மட்டுமே என்று சிந்தித்தேன்

ஆனால் அவளுக்கும் என்னை கரங்கடிக்கும்

வாசம் உள்ளது என்பதை

அவள் என்னை கடக்கும் அந்த நொடி பொழுதில் உணர்ந்தேன்

லெனிகிரீன் கே பி

56. காந்தம்

காந்தத்திற்கு ஏதோ ஒரு பக்கம் தான் ஈர்ப்பு தன்மை இருக்கும்

ஆனால் உன் உடல் முழுவதும் இருக்கிறது

என்னை காந்தத்தை விட அதிகமாக.

லெனிகிரீன் கே பி

57. அவள்

அவளது குரலைக் கேட்டு இடிக்கும் அச்சம்

அவளது பார்வையில் மின்னலுக்கோ பறிபோனது அதன் பார்வை

அவளது ஆனந்தக் கண்ணீரால்மழைக்கோ வந்தது கோபம்

அவளதுபுன்னகையால் கொட்டும் நீர்வீழ்ச்சிக்கு தோன்றியது வெட்கம்

அவளது நடையனை பார்த்த மானுக்கோ ஏற்பட்டது பேராசை

அவளது அழகைக் கண்ட எனக்கோ பாய்ந்தது மின்சாரம்

லெனிகிரீன் கே பி

58. விடியல்

தித்திக்கும் தேன் போல அழகிய பாடல்களை பாடும் குருவிகள்

தன் அறையில் இருந்து அழகிய மழையே நடுவினில் உதிக்கும் சூரியன்

தூய்மையான இளந்தென்றல் காற்று

எந்த ஒரு நினைவும் இல்லாத வெற்றிடமான மூளை

இதில் இந்த பகல் கலந்த இரவு முழுவதுமாக

பகலாக மாறுவது ரசிப்பதும் வரம் தான்.

லெனிகிரீன் கே பி

59.   முட்டாள்

ஒருவரிடம் அதிக அன்பு வைக்கும் முன்

இவரும் நம்மீது அன்பை வைப்பாரா என்று தெரிந்து வையுங்கள்
இல்லையேல் ஒருநாள் உண்மை தெரியும் பொழுது

அழுவது உன் இதயமாக இருக்கும்.

லெனிகிரீன் கே பி

60. மனிதனின் நாவு

தொடர் வெப்பம்,வெயிலை இழிவுபடுத்தும்

தொடர் மழை, மழையை இழிவுபடுத்தும்

எலும்பில்லா நாவினால்

வெயிலுக்கும், மழைக்கும் வந்ததோ கோபம்.

லெனிகிரீன் கே பி

61. எது நிலவு

இரவின் முழு பிறையை காண

உலக தேவதை ஆயிர அழகிகளுக்கு ஒப்பாகும்

உன்னை நிலவுடன் ஒப்பிட்டால் தெரியவில்லை

எது நிலவென்று.

லெனிகிரீன் கே பி